Ang Alamat ng Lamok

Muling isinalaysay ni Christine S. Bellen

Iginuhit ni Ruben de Jesus

ANVIL
Publishing Inc.

Ang Alamat ng Lamok
Muling Isinalaysay ni Christine S. Bellen
Iginuhit ni Ruben de Jesus

Karapatang-ari nina
Christine S. Bellen, Ruben de Jesus, at
Anvil Publishing, Inc., 2004

Inilathala at ipinamamahagi ng
ANVIL PUBLISHING INC.
Cacho Hermanos Building, Pines cor. Union Streets
Mandaluyong City 1550 Philippines
Telephones: (632) 477-4752, 477-4755 to 57
Fax: (632) 747-1622
www.anvilpublishing.com

Unang limbag , 2004
Ikalawang limbag, 2013

Disenyo ng pabalat ni Albert Gamos

Salin sa Ingles nina Karla A. Bolasco
at AV Habúlan

ISBN 971-27-1504-3

Inilimbag sa Pilipinas

Para sa mga Guro at Magulang

Nalathala ang mga kuwento ni Lola Basyang sa isang popular na magasin, ang *Liwayway*, noong 1925-1942. Maliban sa magasin at aklat, narating din ng mga kuwento ang iba't ibang lugar at anyo sa tulong ng komiks, radyo, pelikula at telebisyon. Nakapaghandog ang mga kuwento ng tunay na kasiyahan sa kapwa bata at matanda.

Kaya't muling isinasalaysay ngayon ang mga kuwento ni Lola Basyang upang matunghayan ng henerasyong ito, at ng mga darating pa, ang yaman na mapagkukunan ng mga aral, aliw, at iba pang pag-unawa sa larangan ng panitikang Filipino.

Christine S. Bellen

Noong unang panahon sagana sa lahat ng bagay ang bayan ng Tungaw.

Mataba ang lupang taniman dito. Masasaya ang mga tao. Ngunit marumi sila sa kanilang kapaligiran. Madalas na naglulusak sa dumi ang mga bakuran. Nagkalat ang mga balat ng prutas kahit saan. Nanlilimahid ang mga bata sa daan.

Isang araw, nahintakutan ang lahat sa biglang pagkawala ng ilang mga tao. Walang nakakaalam kung saan sila napupunta. Padalas nang padalas ang mga nawawala kaya't lumapit ang taong bayan sa kanilang makisig na hari upang humingi ng tulong.

"Magbantay tayo sa bawat sulok ng ating bayan," sabi ng hari.

Kahit ubuhin sila sa nakasusulasok na mga basura, araw at gabing nagbantay ang mga taong bayan at mga kawal. Hanggang sa makita nila ang paglitaw ng higanteng si Amok sa may paanan ng bundok. Kinuha nito ang isang magsasaka at agad na nilulon.

"Wala nang sasarap pa sa maruruming tao! Buuurp!" dighay ng higante.

"Wala tayong laban sa higante," panlulumo ng isang binatang nangungutib ang kamiseta.

"Mabuti sigurong umalis na lamang tayo sa Tungaw," mungkahi ng mga matatandang kutuhin.

Iwanan kaya nila ang kanilang maruming bayan?

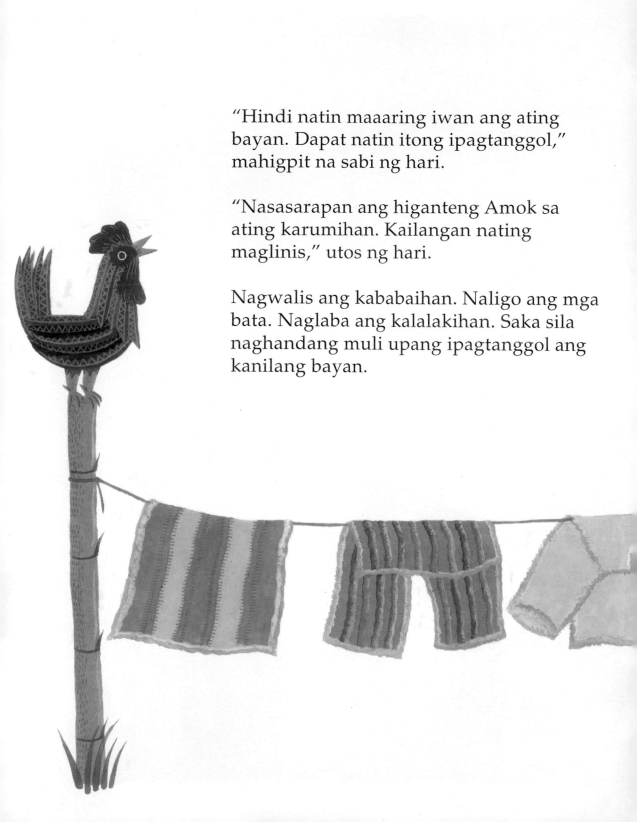

"Hindi natin maaaring iwan ang ating bayan. Dapat natin itong ipagtanggol," mahigpit na sabi ng hari.

"Nasasarapan ang higanteng Amok sa ating karumihan. Kailangan nating maglinis," utos ng hari.

Nagwalis ang kababaihan. Naligo ang mga bata. Naglaba ang kalalakihan. Saka sila naghandang muli upang ipagtanggol ang kanilang bayan.

Nang muling lumusob ang higante, pinaulanan nila ito ng pana sa dibdib. Ngunit parang walang puso ang higante. Hindi ito nasasaktan. Nilulon ng higante ang ibang kawal at dinakip ng buhay ang ilang taong bayan.

"Wala sa dibdib ang puso ng higante kaya't hindi siya mapatay," paalala ng isang matanda.

"Nasaan kaya?" tanong ng hari.

"Walang sinumang nakakaalam," sagot ng matanda.

Nag-isip ng paraan ang hari upang matuklasan kung paano mapapatay ang kaaway. Nang minsang mabusog ang higante, nagkunwaring nahimatay ang hari. Napasama siya sa mga dinakip ng buhay. Dinala sila nito sa kuweba. Isang batang higante ang sumalubong kay higanteng Amok.

"Narito ang pagkain mo. Matuto kang magtipid. Marunong nang maglinis at magtago ang mga taong marurumi," saka muling umalis ang higante.

Biglang bumangon ang hari sabay hugot sa espada. Natakot ang batang higante.

"Hindi ko na po kayo kakainin, huwag ninyo akong patayin," pagmamakaawa nito sa hari.

"Nasaan ang puso ng iyong ama?"sigaw ng hari.

"Hindi mo dapat malaman!"iyak ng batang higante.

"Kung gayon ay papatayin kita!"matapang na sabi ng hari.

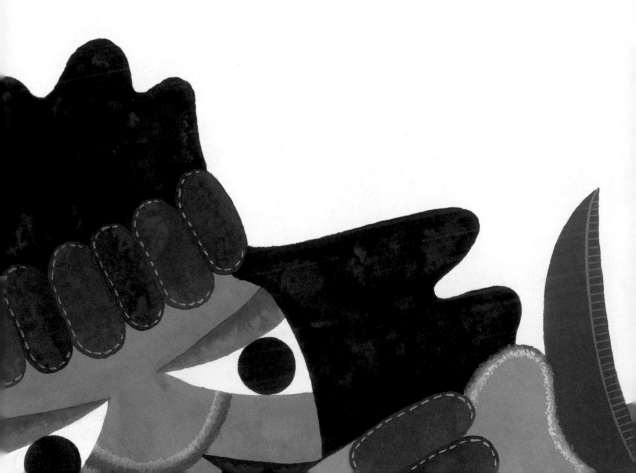

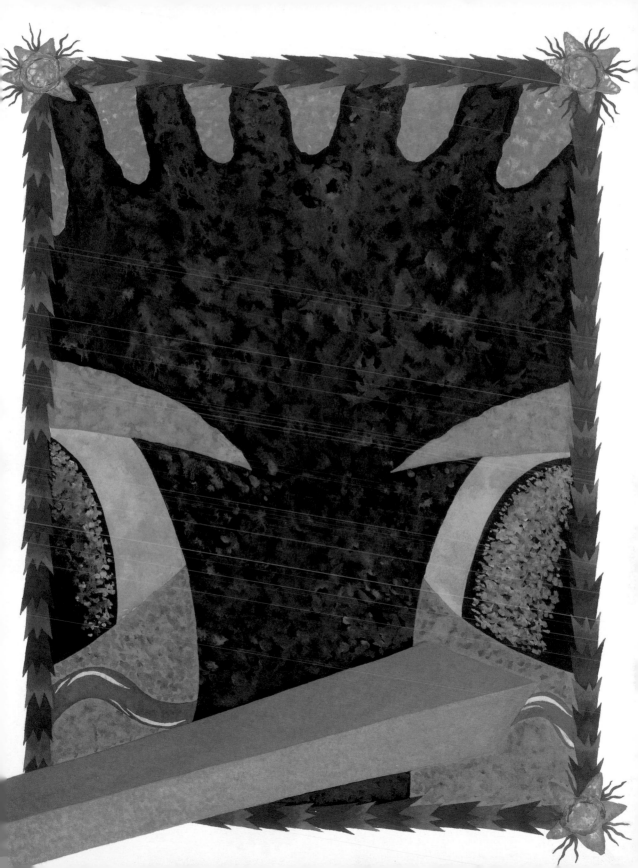

"Nasa ilong ang puso ng aking ama kaya't nasasarapan siya sa inyong kabahuan at karumihan," nangangatog na sagot ng batang higante.

Itinali ng hari ang batang higante at pinakawalan ang mga taong nakakulong sa kuweba.

Hinanap ng makisig na hari ang higanteng
Amok. Naabutan niya ito sa bayan. Umakyat
sa puno ang hari at tinaga sa ilong ang higante.
Namilipit sa sakit ang kaaway. Kinuha ng
taong bayan ang batang higante sa kuweba at
itinali kasama ng amang higante. Sinunog sila
sa gitna ng tambak na basura.

"Hindi n'yo kami mapapatay. Hangga't marumi ang inyong paligid, babalik kami at sisipsipin ang inyong dugo!" sigaw ng higanteng Amok bago siya matupok ng apoy.

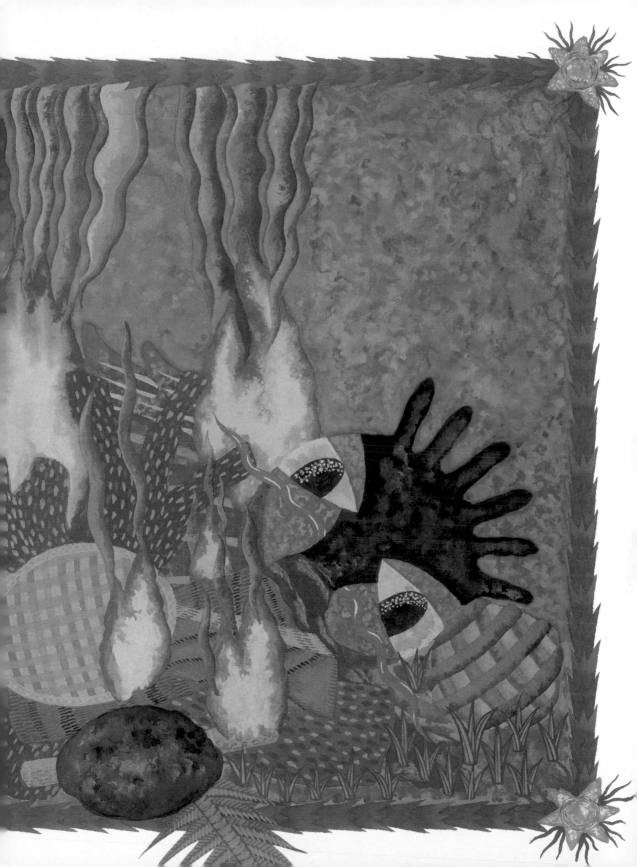

Itinapon ng taong bayan ang abo ng mag-amang higante sa maruming ilog. Tumahimik na muli sa bayan ng Tungaw. Ngunit nagulat ang lahat sapagkat mula sa maruming ilog ay may maliliit na insektong lumulusob sa bayan tuwing gabi. Naninipsip sila ng dugo ng mga tao.

Naalala ng mga matatanda ang sabi ng higanteng Amok bago masunog kasama ng anak. Nilinis ng mga taga-Tungaw ang kanilang maruming ilog. Dumalang ang maliliit na insektong naninipsip ng dugo.

Kinalaunan, tinawag na lamok ng taong bayan ang mga insekto upang maalala nila ang malupit na higanteng naging daan upang luminis ang kanilang bayan.

The Legend of the Mosquito

Tungaw was a town blessed with fertile land and its townsfolk were a very happy lot. Unfortunately, Tungaw was also a dirty and filthy town where garbage was strewn everywhere and children ran around with grime on their faces.

One time, the king of Tungaw became alarmed with the mysterious disappearance of townsfolk. He told everybody to keep watch. They were horrified to discover that a giant called Amok captured and devoured their loved ones and friends. Amok preferred the taste of filthy people and there were plenty in the town of Tungaw.

The townsfolk thought of leaving Tungaw for good. But the wise king stopped them and told them that they should all defend their beloved town from the horrible giant. He ordered everyone to clean their houses and backyards, wash their clothes and bathe.

When Amok went back to Tungaw, the king's soldiers and townsfolk shot deadly arrows straight into the giant's chest. But the arrows didn't even hurt him. Could it be that the giant had no heart?

The king devised a plan that got him into the giant's cave. There he found Amok's son who revealed his father's weakness—his heart was in his nose!

The brave king did not waste time hunting down the giant. When he found Amok in town, the king stabbed the giant's nose.

The soldiers and townsfolk bound the giants and set them on fire. As they were burning, Amok swore out loud that they would not die so easily and would return to suck the blood of the people.

After throwing the giants' ashes into the dirty river, the townsfolk went back to their happy—and cleaner—lives. But the peace was broken soon after when small blood-sucking insects that came from the river attacked them during the night.

Elders believed that these insects were the fulfillment of Amok's curse. They called these insects *lamok* to remind them of the giant who made them keep their town clean.